സ്വാമി ആത്മചൈതന്യ

പ്രപഞ്ചമഹിമ

വിവർത്തനം

രാജേഷ് വാര്യർ

കൈരളി ബുക്സ്

ഉള്ളടക്കം

പ്രപഞ്ചമഹിമ

കോവിഡ് കാലത്തെ അടച്ചിരിപ്പിനിടയിൽ സ്വാമി ആത്മചൈത ന്യയുടെ ഒരു ഫോൺ വിളി വന്നു.

“എന്റെ കോസ്മിക് ഗ്ലോറി മാഷുടെ കൈയിലുണ്ടോ?”

“ഉണ്ടല്ലോ” ഞാൻ മറുപടി നൽകി.

“എങ്കിൽ മാഷത് മലയാളത്തിലേക്കാക്കണം. മാഷോട് പറയാനാ യിരുന്നു കൃഷ്ണൻ മാഷ് പറഞ്ഞ്.”

ശ്രീ. എൻ. കെ. കൃഷ്ണൻ മാസ്റ്റർ സ്വാമിയുടെ കവിതകൾ വിവർ ത്തനം ചെയ്തിട്ടുണ്ട്. വൃത്തനിബദ്ധമായി കവിതകളെഴുതാൻ കൃഷ്ണേ ട്ടനെപ്പോലെ എനിക്ക് കഴിയുമായിരുന്നില്ല. സ്വാമിയുടെ ആജ്ഞ ധിക്ക രിക്കാൻ എനിക്ക് കഴിയില്ലല്ലോ. അങ്ങനെയാണ് പ്രപഞ്ചമഹിമയുടെ പണി തുടങ്ങുന്നത്.

വിശേഷദിവസങ്ങളിലൊക്കെ സ്വാമി അഴീക്കോടുള്ള ശാന്തിമഠത്തി ലേക്ക് എന്നെ ക്ഷണിക്കാറുണ്ട്. മാമ്പഴക്കലമായാൽ സ്വാമി നായാട്ടു പാറ ആശ്രമത്തിലേക്കും കൊണ്ടുപോകും. അതിവിശിഷ്ടങ്ങളായ നൂറുതരം മാമ്പഴങ്ങൾ അവിടെക്കാണും. ചാക്കു നിറയെ മാങ്ങയുമായി ഞങ്ങൾ മടങ്ങും. ഈ സ്നേഹവും പരിഗണനയും സ്വാമി എനിക്കു മാത്രം വച്ചുനീട്ടുന്നതല്ല. സ്നേഹവാത്സല്യത്തിന്റെ അപാരമായ ഉറവ ആ മനസ്സിനകത്തുണ്ട്. നിരുപാധികമായ സ്നേഹമാണ് സ്വാമിയുടെ മതം.

എല്ലാവരും സ്വാമിക്ക് പ്രിയപ്പെട്ടവരാണ്. ലൗകികതയും ആധ്യാത്മി കതയും രണ്ടല്ല. അത് ഒന്നിന്റെ തന്നെ രണ്ടു വശങ്ങളാണെന്നാണ് സ്വാമി യുടെ വിശ്വാസം. ആ വിശ്വാസത്തിന്റെ ഉറച്ച പ്രതിഫലനമാണ് അദ്ദേ ഹത്തിന്റെ കവിതകളുടെ സൗന്ദര്യവും.

പ്രപഞ്ചമെന്ന സഗൗരവ പ്രശ്നത്തെ ആഴത്തിൽ പഠിച്ച് പ്രപഞ്ചം അനിർവചനീയമാണെന്ന ആശയത്തിലേക്ക് എത്തിച്ചേർന്ന ഒരു സന്യാ സിവര്യന്റെ ചിന്തകളുടെ കാവ്യരൂപമാണ് പ്രപഞ്ചമഹിമ (Cosmic Glory).

‘ചൈതന്യം മാത്രമാണ് സത്തായുള്ളത്’ എന്ന ഭാരതീയ ചിന്ത

യുടെ കാമ്പിൽ മുറുകെപ്പിടിച്ചാണ് സ്വാമി ആത്മചൈതന്യ കാവ്യരചന നടത്തുന്നത്. മാനവികമൂല്യങ്ങൾ കൈവിടാതെ ജീവിക്കാനുള്ള ആഹ്വാനമാണ് കവിതയിലുടനീളം കാണാനാവുക.

ഇരുട്ട് ഒരു ആവരണ വസ്തുവാണ്. അതുപോലെതന്നെ ആവരണവസ്തുവാണ് വേദാന്തത്തിൽ മായ. വെളിച്ചവും ഇരുട്ടും പരസ്പരവിരുദ്ധങ്ങളായതുപോലെ ജ്ഞാനവും മായയും ബദ്ധവിരോധികളാണ്. ജ്ഞാനത്തിലൂടെ ഉണർവ്വുണ്ടാക്കാനുള്ള പ്രേരണ നൽകാനാണ് സ്വാമിയുടെ കവിതകൾ ശ്രമിക്കുന്നത്. ഉണർവ് എന്ന പേരിൽത്തന്നെ ഒരു കവിത ഈ സമാഹാരത്തിൽ വായിക്കാം. സത്യവും നീതിയും ശാന്തിയും സംതൃപ്തിയും കൂടെയില്ലെങ്കിൽ അത് പൂർണ്ണമായ ജീവിതമെന്നു പറയാനാവില്ല. അത്തരത്തിലുള്ള ഒരു നിലയിലേക്ക് പൂർണ്ണ ജീവിതമെന്ന നിലയിലേക്ക് നമ്മുടെ ജീവിതം മാറ്റിയെടുക്കേണ്ടതിന്റെ ആവശ്യകതകളാണ് കവിത കൂടുതലായും പറഞ്ഞുതരുന്നത്.

ഒരു സുഹൃത്തിനെപ്പോലെ, ഒരു അയൽക്കാരനെപ്പോലെ അല്ലെങ്കിൽ ഒരു ജ്യേഷ്ഠസഹോദരനെപ്പോലെ നമ്മുടെ ജീവിതത്തിൽ ഇടപെടുന്നതിനായുള്ള ശ്രമം കവിതയിലുണ്ട്. ശാസനകളോ ശാപവാക്കുകളോ ഒട്ടുമില്ലാതെ തന്നെ പച്ചയായ ജീവിതയാഥാർത്ഥ്യങ്ങൾ ഉറക്കെ വിളിച്ചുപറഞ്ഞ് എല്ലാവരുടെയും ജീവിതത്തെ ക്രമപ്പെടുത്താനുള്ള കവിയുടേതായ ശ്രമങ്ങളാണ് നമുക്കിവിടെ കാണാനാവുക.

പ്രതീക്ഷയുടെ എല്ലാ വാതിലുകളും കൊട്ടിയടക്കപ്പെട്ട ഈ ലോകത്ത് ജീവിക്കുമ്പോൾ ഉള്ളിലേക്കുള്ള വാതിലുകൾ എല്ലാവരും തുറന്നുവെക്കാനും ആത്മാനന്ദം അനുഭവിക്കാനും സ്വാമി നമ്മെ പ്രേരിപ്പിക്കുന്നു. പ്രതീക്ഷയുടെ ആ ചിന്തകൾ നമുക്ക് മുന്നോട്ടുള്ള യാത്രയ്ക്ക് പ്രചോദനമായി മാറുന്നു.

മനുഷ്യജീവിതത്തിന്റെ നൈമിഷികത, അനിശ്ചിതത്വം, ആന്തരിക സംഘർഷം തുടങ്ങി എല്ലാ മനുഷ്യരെയും ബാധിക്കുന്ന വിഷയങ്ങൾ കവിതകളിൽ അവിടവിടെയായി കടന്നുവന്നിട്ടുണ്ട്. എല്ലാ പ്രതിസന്ധികളും തരണം ചെയ്യാനുള്ള വഴികളും കവിത ചർച്ച ചെയ്യുന്നുണ്ട്. ആകുലതയിൽ നിന്നും ആനന്ദത്തിലേക്കുള്ള വഴി തുറക്കുന്ന കവിതകളാണ് പ്രപഞ്ചമഹിമയിലുള്ളത്. മലയാളത്തിലേക്ക് മൊഴിമാറ്റുമ്പോൾ സ്വാമിയുടെ ചിന്തകളുടെ നേരാഖ്യാനമാക്കാൻ പരമാവധി ശ്രമിച്ചിട്ടുണ്ട്. എത്രത്തോളം വിജയിച്ചുവെന്ന് വായനക്കാരാണല്ലോ തീരുമാനിക്കേണ്ടത്.

മനുഷ്യൻ പരിമിതികളുടെ സൃഷ്ടിയാണെങ്കിലും പ്രപഞ്ചം പൂർണ്ണതയുടെ സൃഷ്ടിയാണെന്ന് ഈ കവിതകൾ സമർത്ഥിക്കുന്നു. ലക്ഷ്യത്തിലേക്കുള്ള പ്രയാണത്തിനു തടസ്സമാകുന്ന വികാരങ്ങളെയും ദുർഗുണങ്ങളെയും അകറ്റിയാൽ യാത്ര സുഗമമാണെന്ന് കൂടി കവിതകൾ ഉറപ്പു തരുന്നു.

ചില കവിതകളിൽ പദാനുപദ തർജ്ജമയാണ് സ്വീകരിച്ചതെങ്കിൽ മറ്റു ചിലതിന് സ്വതന്ത്രവ്യാഖ്യാനമെന്ന രീതിയാണ് സ്വീകരിച്ചത്. എന്നിരിക്കിലും സ്വാമിയുടെ ചിന്തകളുടെ ആശയസൗന്ദര്യവും അർത്ഥസമ്പൂർണ്ണതയും ചോർന്നുപോകാതിരിക്കാൻ പരമാവധി ശ്രമിച്ചിട്ടുണ്ട്. ജീവിതത്തിൽ മുന്നോട്ടുള്ള യാത്രയ്ക്കായി കരുത്തുനേടാൻ വായനയെ ഗൗരവത്തോടെ സമീപിക്കുന്നവർക്ക് സ്വാമി ആത്മചൈതന്യയുടെ പ്രാപഞ്ചികവീക്ഷണം ഏറെ സഹായകമാവുമെന്ന ഉറച്ച വിശ്വാസത്തിൽ 'പ്രപഞ്ചമഹിമ' എന്ന ഈ കവിതാസമാഹാരം വായനക്കാർക്കു മുന്നിൽ സമർപ്പിക്കുന്നു.

സ്നേഹപൂർവ്വം

രാജേഷ് വാര്യർ

ജീവിതപാൽപ്പായസം

സുകുമാരൻ പെരിയച്ചൂർ

"അകര മുതല എഴുത്തെല്ലാം ആതി
പകവൻ മുതറ്റേ ഉലകൂ" തിരുവള്ളുവരുടെ തിരുക്കുറൾ ആരംഭിക്കുന്നത് ഇങ്ങനെയാണ്. മഹാകവി എസ് രമേശൻനായർ അതിന് മനോഹരമായ മലയാള വരികൾ ചമച്ചു. "അകരം മുതൽ എഴുത്തെല്ലാം ആദി ഭഗവാൻ മുതൽക്കേ ഉലകം."

അക്ഷരങ്ങളുടെ ലോകം അകാരത്തിൽ നിന്നു തുടങ്ങുന്നു. അതുപോലെ സകല ചരാചര സമാഹാരമാകുന്ന ഈ ഭൗതികപ്രപഞ്ചം എല്ലാറ്റിന്റെയും ആദിയായിരിക്കുന്ന ഈശ്വരനിൽനിന്ന് ആരംഭിക്കുന്നു.

തിരുക്കുറൾ ആരംഭിക്കുന്നത് ദൈവസ്തുതിയിൽ നിന്നാണ്. സ്വാമി ആത്മചൈതന്യയുടെ 'പ്രപഞ്ചമഹിമ' എന്ന കവിതാസമാഹാരവും ആരംഭിക്കുന്നത് ദൈവസ്തുതിയായ 'ദൈവം സ്നേഹമാണ്' എന്ന കവിതയിൽനിന്നുമാണ്. "നിങ്ങളുടെ പ്രവൃത്തികൾ നിങ്ങളിലെ നിങ്ങളുടെ വെളിപ്പെടുത്തലുകളാണ്" സ്വാമി ആത്മചൈതന്യയുടെ ആത്മാംശം തുളുമ്പുന്ന വരികൾ.

നൂറ്റിയെട്ട് ഉപനിഷത്തുക്കളിൽ ഏറ്റവും ചെറുത് ഈശോപനിഷത്ത്. ഓഷോ ഈശോപനിഷത്തിനെക്കുറിച്ച് പറയുന്ന വാക്കുകൾ പ്രഖ്യാതമാണ്. "വളരെ ചെറിയ ഉപനിഷത്താണ് ഈശോപനിഷത്ത്. ഒരു തപാൽ കാർഡിന്റെ പുറത്ത് അത് അച്ചടിക്കാം; അതിന്റെ ഒരു വശത്തുമാത്രം. പക്ഷേ ശേഷിച്ച നൂറ്റിയേഴും അതിൽ അടങ്ങിയിരിക്കുന്നു. ഈശ എന്ന വാക്കിന് ദിവ്യം എന്നാണർത്ഥം." സ്വാമി ആത്മചൈതന്യയുടെ കവിതകൾ മനനം ചെയ്യാനുള്ളതാണ്. നൂറ്റിയെട്ട് ഉപനിഷത്തുക്കളിൽനിന്നും ഉരുവം കൊണ്ട ദിവ്യഗീതങ്ങളാണ് ഇതിലെ ഓരോ കവിതകളും. "ദൈവികമായ പ്രമയത്തിന്റെ ആവിഷ്കാരമാണ് ജീവിതം" ദൈവം സ്നേഹമാണ് എന്ന കവിതയിലെ വരികൾ ജീവിതത്തെ ദൈവികപ്രക്രിയയാക്കി മാറ്റുന്നു.

എന്റെ പ്രണയിനിക്ക് എന്ന കവിതയുടെ ഇതിവൃത്തം ദൈവവും ആത്മാവും ഇവ രണ്ടും എങ്ങും നിറഞ്ഞിടുന്ന സത്യമാണെന്നും ഇവയാണ് കവിക്കേറ്റവും പ്രിയതരമായതെന്നും സാക്ഷ്യപ്പെടുത്തുന്നു. "ശുദ്ധവും മുക്തവുമായ ജീവിതത്തിലേക്ക് അനന്തമായ ആനന്ദത്തിലേക്ക് കവിത നമ്മളെ കൂട്ടിക്കൊണ്ടുപോകുന്നു.

'പ്രപഞ്ചമഹിമ' എന്ന കവിതാസമാഹാരത്തിൽ ഇരുപത്തിനാലു കവിതകളാണുള്ളത്. തികച്ചും യാദൃച്ഛികമാകാം കവിതകളുടെ എണ്ണം. ഒരു ദിവസത്തിന് ഇരുപത്തിനാല് മണിക്കൂറാണല്ലോ. ഭാരതത്തിന്റെ പ്രതീകമായ ധർമ്മചക്രത്തിന് ഇരുപത്തിനാലു ആരക്കാലുകളാണ്. ഭാരതം എന്നും എപ്പോഴും ഇരുപത്തിനാലു മണിക്കൂറും ധർമ്മചക്രത്തിന്റെ പാതയിലൂടെ സഞ്ചരിക്കുന്നു എന്നതാണ് ആരക്കാലുകളുടെ മഹത്വം. സത്യമാണീശ്വരൻ എന്ന് സത്യം എന്ന കവിതയിലൂടെ വായിച്ചെടുക്കാം. ചിന്തയും വാക്കും വിചാരവും സർവ്വതും എന്നിലുണരുന്നത് സത്യത്തിലൂടെയാവണം. അതാണ് കവിയുടെ പ്രത്യാശ.

കുട്ടിക്കാലത്തിന്റെ തെളിമയാർന്ന ആവിഷ്കാരമാണ് സർഗാത്മകതയെന്ന് ഫ്രഞ്ചുസാഹിത്യാരനായ ബോദ്ലേയർ പറയുന്നുണ്ട്. സ്വാമി ആത്മചൈതന്യയുടെ 'കുട്ടിക്കാലം' എന്ന കവിത സർഗാത്മക സാഹിത്യമായി നമുക്കനുഭവപ്പെടുന്നു. കവിതയുടെ തലക്കെട്ട് കുട്ടിക്കാലമെന്നാണെങ്കിലും കവിത മുഴുവൻ നിറഞ്ഞുനിൽക്കുന്നത് അമ്മയെന്ന ദിവ്യപ്രപഞ്ചത്തെയാണ്. 'അമ്മയാണ് നമുക്ക് ജീവിതപ്പാൽപ്പായസം' വിളമ്പിത്തന്നതെന്നു കവി പാടുമ്പോൾ ജീവിതത്തെ പാൽപ്പായസമാക്കി കാണുകയാണ്. എത്ര മധുരമായ പ്രയോഗം. നിഷേധികൾ എല്ലാകാലവും പറയുന്ന ക്ലീഷേ ആയ വാക്കുണ്ട്, 'കെട്ടകാലം' എന്ന്. ആത്മീയ പ്രഭാവ പൂരിതനായ കവി ജീവിതത്തെ പായസമായല്ല പാൽപ്പായസമായാണ് കാണുന്നത്. ആദ്യത്തെ ജീവജലം അമ്മയുടെ മുലപ്പാൽ ആണല്ലോ. ഈഫൽ ടവറോ ബുർജ് ഖലിഫയോ ഒന്നുമല്ല ലോകത്തിലെ വലിയ ഗോപുരങ്ങൾ. അമ്മേ നീയാണു ലോകത്തിൽ ഉജ്ജ്വല സ്നേഹ ഗോപുരം." സ്വാമി ആത്മതചൈതന്യയുടെ ആത്മഗീതകം എത്ര മനോഹരം. കവി വീണ്ടും നമ്മെ അമ്പരപ്പിക്കുന്നു. 'അമ്മതാനേകീ നമ്മൾക്കീ ജീവിതകൈപ്പുസ്തകം.' ജീവിതപ്പാൽപ്പായസവും ജീവിതകൈപ്പുസ്തകവും കവിതയിലെ രസമുകുളങ്ങളാകുന്നു.

സ്നഹാമൃതം എന്ന കവിതയും മാതൃസ്നേഹത്തിന്റെ ഇളനീർമധുരം അനുഭവിക്കുന്നു. പുതിയ കാലത്തിൽ 'വെന്തുനീറുകയാണ് തായ്മനം' എന്ന് അഗതികേന്ദ്രത്തിലെത്തുന്ന അമ്മമാരെ പ്രതീകവൽക്കരിച്ച് സ്നേഹാമൃതം പൂർണമാകുന്നു.

ആധുനിക ഭാരതീയ ചിന്തകനായ ജിദ്ദുകൃഷ്ണമൂർത്തിയുടെ വാക്കുകൾ ഓർമ്മവരുന്നു. "സ്വതന്ത്രനായ മനുഷ്യനെ ആർക്കും കൊല്ലാൻ കഴിയില്ല. അവർക്ക് വേണമെങ്കിൽ അവന്റെ കണ്ണുകൾ ചൂഴ്ന്നെടുക്കാം; ഉള്ളിൽ അയാൾ സ്വതന്ത്രനാണ്. ആ സ്വാതന്ത്ര്യത്തിൽ ആർക്കും സ്പർശിക്കാൻ കഴിയില്ല" സ്വാമി ആത്മചൈതന്യയുടെ 'സ്വാതന്ത്ര്യം' എന്ന കവിത വായിക്കുമ്പോൾ ജിദ്ദുകൃഷ്ണമൂർത്തിയുടെ വാക്കുകൾ

തേടിവരും. “ചാഞ്ഞ കൊമ്പിനായി കണ്ണുകൾ തിരയുന്നു. രക്ഷപ്പെടണം.” ചാഞ്ഞ കൊമ്പ് ഈശ്വരനിലേക്കുള്ള ചായലാണ്. സ്വാതന്ത്ര്യം ഈശ്വരനിലേക്കുള്ള ഉൾച്ചേരലാണ്. “ഞാനറിയുന്നു, സ്വാതന്ത്ര്യം നേടിയെടുക്കാനുള്ളതല്ല. അത് ദൈവത്തിന് വിടുക. ദൈവത്തിന്റെ ഉപകരണമാവുക.” ആത്മചൈതന്യയുടെ ഓരോ വരികളും വായനക്കാരിൽ ആത്മവിശ്വാസത്തിന്റെ ദൈവമൊഴികളായി ഇതൾവിരിയുന്നു. “ഒത്തുനിന്നാൽ എല്ലാമൊന്ന്. ഭിന്നതകളാണ് കെണികൾ തീർക്കുന്നത്. ഒന്നാണെന്ന ബോധം തന്നെയാണ് സ്വാതന്ത്ര്യം.” പ്രപഞ്ചമഹിമ എന്ന സ്വാമി ആത്മചൈതന്യയുടെ കവിതകൾ ഈശ്വരനിലേക്ക് നമ്മെ ഏറെ അടുപ്പിക്കുന്നു. ഇംഗ്ലീഷിൽനിന്നും മൊഴിമാറ്റം നടത്തിയ രാജേഷ് വാര്യരുടെ സർഗപരമായ കഴിവ് കവിതയെ കൂടുതൽ കാവ്യാത്മകമാക്കി മാറ്റിയത് എടുത്തുപറയേണ്ട സവിശേഷതയാണ്. പ്രപഞ്ചമഹിമയുടെ കാവ്യസഞ്ചാരം മഹത്തരം.

ദൈവം സ്നേഹമാണ്

ആത്മസാക്ഷാത്കാരമെന്നത്
നിങ്ങളിലെ അനശ്വരതയെ
കണ്ടെടുക്കലാണ്.
പരമചൈതന്യവുമായുള്ള
സംയോഗം.
നിങ്ങളുടെ പ്രവൃത്തികൾ
നിങ്ങളിലെ നിങ്ങളുടെ
വെളിപ്പെടുത്തലുകളാണ്.

പരംജ്യോതിസ്സുമായുള്ള
അനശ്വരമായ ഐക്യപ്പെടലിനായി
നിങ്ങളുടെ ആത്മാവിനെ
ഉണർത്തിവിടുന്നത്
സ്ഫുടം ചെയ്തെടുത്ത
ലക്ഷ്യബോധമാണ്.

അന്തർജ്യോതിയെ ഉണർത്തുക
നിങ്ങൾക്ക് വെളിപ്പെടുന്നത്
അനശ്വരതയിൽ ഒരിക്കൽ
ലയിച്ചുചേരുമെന്ന
യാഥാർത്ഥ്യമാണ്.

ഉള്ളിലെ ദേവസാന
ദൈവത്തിന്റെ കരങ്ങളാൽ
താനൊരു ഉപകരണമാണെന്നറിയൂ
ആനന്ദത്തിലേക്കുള്ള യാത്രയാണത്.
മുന്നിലെത്തുന്ന കർമ്മങ്ങളിൽ
നിരന്തരം വ്യാപരിക്കൂ
കർമ്മനിരതനാകൂ

സേവനമണ്ഡലങ്ങളിൽ
നിർവൃതി തേടൂ
ഈ ജീവിതം നന്മയുടേതാകുന്നു
ദൈവികമായ പ്രണയത്തിന്റെ
ആവിഷ്കാരമാണ് ജീവിതം.

എന്റെ പ്രണയിനിക്ക്

ദൈവമാത്മാവിവരണ്ടും
എങ്ങും നിറഞ്ഞിടും സത്യം
എനിക്കേറ്റം പ്രിയങ്കരം.

ജീവിതം
സർവ്വഭൂതങ്ങൾക്കും പ്രിയകരം
എനിക്കുമേറ്റം പ്രിയതമം

ഹർഷം
സർവ്വഭൂതഹൃദിസ്ഥമാം മൃദുകണം
എനിക്കേറ്റം പ്രിയങ്കരം

ശാന്തി
ദൃശ്യമാം ചരാചരങ്ങൾക്കു
നിത്യ വെളിവാകുമറിവിൻ പൊരുൾ
എനിക്കതേറ്റം പ്രിയം
ചിന്തകളും ആഗ്രഹങ്ങളുമെല്ലാം
സ്വപ്നഭ്രമങ്ങളായി
മിന്നിമായും.
മുന്നോട്ടുള്ള പാതയിൽ
സവിശേഷമായെന്തുണ്ട് പ്രിയസഖേ!
ശാന്തിയും, നന്മയും, ഐക്യവുമല്ലാതെ?
ഈ വഴി നീളുന്നത്
അനന്തവും അഗാധവുമായ
സത്യത്തിലേക്കാണ്.

ശുദ്ധവും
മുക്തവുമായ ജാവിതത്തിലേക്ക്
അനന്തമായ ആനന്ദത്തിലേക്ക്

സുനിശ്ചിതമായ ബലത്തിലേക്ക്
അനശ്വരമായ ശാന്തിയിലേക്ക്
ഈ വഴി നീളുന്നുണ്ട്.
എനിക്കതാണേറ്റം പ്രിയകരം.

സത്യം

എങ്ങും നിറഞ്ഞിടും സത്യമേ
എവ്വിധം നിന്നെഞാൻ നിർവചിപ്പൂ
എനിക്കെന്റെ വാക്കിന്നു ഞാനാണു സാക്ഷി
വാക്കില്ലായ്മകൾക്കും ഞാൻതന്നെ സാക്ഷി
ഞാൻ ചൊന്ന വാക്കുകൾ ഞാൻതന്നെയാകാം
ഞാൻ തീർത്ത നിശ്ശബ്ദതയെന്നപോലെ.
ഞാനമ്പരക്കുന്നു ഞാനെന്തു ചൊല്ലും
എന്റെയീ ഗൂഢാനുഭവങ്ങൾ കാൺകെ
ആഴത്തിലാഴത്തിലജ്ഞേയമായതാം
ഗൂഢമാം ദിവ്യാനുഭവങ്ങൾ.
എന്തൊന്നിതൊക്കെയുമെന്നോർത്തിടുമ്പോൾ
എത്രയും ഗൂഢമാം സത്യമെന്നോതാം
ദൈവമെന്നാകിലും ആത്മാവാമെങ്കിലും
എത്രയും ഗൂഢമാം സത്യമെന്നോതാം.
സർവ്വവസ്തുക്കൾക്കുമാത്മാവു നൽകും
ദൈവമാത്മാവായി താനേ രമിപ്പൂ.
സത്യമോർത്തീടുകലിങ്ങനെ ചൊല്ലാം
ദ്രവ്യവുമാത്മാവുമൊന്നെന്നുതന്നെ.
ചലിക്കുന്ന ചൈതന്യമൂർജ്ജമെന്നാകിൽ
ഘനീകൃതമായ് പിന്നെ ദ്രവ്യമായ് മാറും
ബാഹ്യമാഭ്യന്തരഭേദങ്ങളില്ലാതെ
യോരോ അണുവിലും ഈശനുണ്ട്
സർവചരാചരലീനനായ് പാരിതിൽ
ഈശ്വരസാന്നിധ്യമെങ്ങുമുണ്ട്.
സത്യമാണീശൻ, എനിക്കറിഞ്ഞീടണം
എനിക്കതായ് മാറണം, എനിക്കതു നേടണം
ചിന്തയും, വാക്കും, വിചാരവും സർവ്വതും
എന്നിലുണരുന്നതിവ്വിധംമാത്രം.

ജീവനും കാലവും

ജീവിതം കാലമാകുന്നു
ജീവിതം അഹേതുവാകുന്നു
ദിക്കുകൾ അനന്തമാകുന്നു
കാലമേ നീ തന്നെ നിത്യസത്യനാമീശൻ
ആദിയുമന്തവുമില്ലാത്ത ദൈവം
തന്നിൽ നിറുത്തുന്നു താനേഹനിക്കുന്നു
സർവ്വം ദൈവഹിതമൊന്നുമാത്രം.
ദൈവമേ ഞാനും നിന്നിലായ് നില്പൂ
ദിക്കുകളില്ലാതെ, കാലമറിയാതെ,
അഹേതുവായ്നില്പൂ
ഭ്രാന്തമാം ഭാവനയെന്നെ നയിപ്പൂ
എന്നിലെ എന്നെ കണ്ടെടുത്തീടുവാൻ
എന്നിലെ ഈശനെ കണ്ടെടുത്തീടുവാൻ
വാചാലനാകവേ മൂകനാവുന്നു ഞാൻ
ഒന്നു നടക്കവേ നിശ്ചലനാകുന്നു
വല്ലതും ചെയ്യവേ സ്വസ്ഥനായ് തീരുന്നു
നിഷ്ക്രിയനാകവേ കർമ്മിയായ് മാറുന്നു.
ഭൂമിയിൽ സർവം ചലിക്കുന്ന നേരം
ഞാൻ ഏകനായ് നിശ്ചലനാകുന്നതെന്തേ?
നിശ്ചല സത്യമായ് തീരുന്നതെന്തേ?
ലൗകികനായതുകാരണമായിടാം
ദൈവമേ അങ്ങു ഞാൻ തന്നെയല്ലേ.
ദൈവം സാന്നിധ്യമാണ്
ദൈവം അദൃശ്യനാണ്
ദൈവം സ്മൃതികളാണ്
ദൈവം മിഥ്യയാണ്
ദൈവം നീ തന്നെയാണ്
ദൈവത്തെ നോക്കൂ, ഞാൻ കാണുന്നതെന്നെ

ഞാനറിയുന്നതെന്നെ
ദൈവസന്നിധിയിൽ
എനിക്കുണ്ട് ദൈവദൃഷ്ടി.
നാം എവ്വിധം അഭിന്നരാണ്
ഞാനും അവനും
അത് നിങ്ങൾക്കായ്വെളിപ്പെടുത്താം
നിങ്ങളിക്കാണുന്നതൊന്നുമാത്രം
വിശ്വമഹാപ്രണയം.
ഞാൻ അവൻതന്നെ, അനശ്വരസത്യം.
ഞാനുമെൻ പ്രാണനും രണ്ടല്ലെന്നറിയുക
കേവലം രൂപമായ് കാണുന്നതാകിലും
സത്യസ്വരൂപത്തെയാരുണ്ടു കാണുന്നു
ദൃശ്യമീ ഭൗതിക വസ്തുമാത്രം.
എന്നിലെ സത്യത്തെയാരുണ്ടു കാണുന്നു
സത്യം അദൃശ്യമാം വസ്തുവല്ലോ.

ഏകൻ

ഒറ്റയ്ക്കുതന്നെ വന്നു
പിറന്നുവീണതീ മണ്ണിൽ
തൽക്കർമ്മഫലമല്ലാതെ
മറ്റെന്തു കൂട്ടായുള്ളൂ!
നല്ലതും തീയ്യതും സർവ്വം-
കർമ്മത്തിൻ സൃഷ്ടിയല്ലയോ
ത്വൽക്കർമ്മഫലമൊന്നല്ലോ
നിങ്ങളെ നയിച്ചൂഭൂവി,
ഞാനെന്ന ഭാവനാസൃഷ്ടി
സുഖദുഃഖങ്ങളെന്നിവ
സർവ്വദുഃഖങ്ങളും നിന്നിൽ
അന്തർലീനമല്ലയോ.
നീ സ്വയം മൗനമായിടൂ
ആരറിഞ്ഞിടും വൃഥ!
ഞാനെത്രബന്ധുസമ്പന്നൻ
എന്നു നിങ്ങൾ ധരിച്ചിടാം
ഫലപുഷ്പദ്രവ്യമില്ലെങ്കിൽ
വൃക്ഷത്തെയാരു തേടുവാൻ.
സർവ്വരുമിച്ഛിക്കുന്നു
ലാഭമായെന്തെങ്കിലും
എന്തിലും ഏതിലും ലാഭം
മാത്രമേ തേടൂ ചിലർ.
ഒന്നുമിച്ഛിക്കാതെ സ്വയം
ജീവിക്കുവോർ എത്രവന്നിടും
ഒന്നുമേ വേണ്ടാ എന്നു ചൊന്നിടാം
വൃഥാ ചിലർ
ഞാനഹോ നിസ്വനാണെന്നു
വെറുതെ വീമ്പുചൊല്ലിടാം

നിസ്വനായ് ജീവിക്കുക
അത്രമേൽ കഷ്ടം, ദൃഢം.
മറക്കാതിരിക്കുക ദുരിതങ്ങളുണ്ടാവുമ്പോൾ
ആരുമേയുണ്ടാവില്ല പകുത്തുരുചിച്ചിടുവാൻ
സമ്പത്തു-സുഖങ്ങളും പകുത്തു നുണഞ്ഞീടുവാൻ
ബന്ധുക്കളായുള്ളവർ എത്രയോ കൂടെക്കാണാം
നമ്മളീ ലോകത്തേക്കു വന്നത് ഒറ്റയ്ക്കെന്നാൽ
ഒറ്റയ്ക്കുതന്നെയെന്നുറച്ചു കരുതീടണം.

ഒറ്റത്തിരി

കൂരിരുട്ടിൽ തിളങ്ങുന്ന
തിരിതന്നെയീ ജീവിതം
സ്നേഹത്തിൻ ജ്വാലയായെങ്ങും
നീ സ്വയം നിറഞ്ഞീടുക.
നിന്നിലെ ജ്വാലയിൽത്തന്നെ
നീ സ്വയം ലയിച്ചീടുക
ചുറ്റിലുമുള്ളോരിൽ നീ
കനിവായി നിറഞ്ഞീടുക.
ശാന്തിയും സന്തോഷവും
എങ്ങുനീ തിരിഞ്ഞീടുവാൻ
നിന്നുടെയുള്ളിൽതന്നെ
നീയതു തേടീടുക.
അന്തരാത്മാവിന്നുള്ളിൽ
അവിച്ഛിന്ന ഹർമ്മ്യങ്ങളിൽ
നിത്യമാമാനന്ദത്തിൻ
ഉറവ നീ കണ്ടെടുക്കുക.
ഉള്ളിന്റെയുള്ളിലായങ്ങു
കണ്ണുകളുറപ്പിക്കുക
തെളിഞ്ഞുകാണാമുള്ളിൽ
ആത്മശാന്തിയും സന്തോഷവും
മനസ്സും പ്രജ്ഞയും തമ്മിൽ
പിരിയാതെയിഴചേർക്കയാൽ
സംഘർഷഭരിതം സർവ്വം
ദുഃഖത്താൽ ബദ്ധിതംദൃഢം
ഞാനെന്ന ഭാവം വിട്ടു
ശക്തി നീ സംഭരിക്കുക
ഞാനെന്ന ബോധം സർവ
ദുഃഖത്തിൻ മൂലകാരണം

ഐക്യവും, സഹവർത്തിത്വസ്നേഹവു-
മുണ്ടെന്നാകിൽ
ശാന്തിയുമാനന്ദത്തിൻ
ലോകവും സൃഷ്ടിച്ചിടാം
എത്രമേൽ വ്യത്യസ്തരാം ജീവികൾ ലോകത്തിങ്കൽ
വൃക്ഷങ്ങൾ, മൃഗങ്ങളും പക്ഷികൾ ബഹുവിധം
എങ്കിലും സത്തിനുമാധാരമായിത്തീരും
ഒന്നുണ്ട്, ആ സത്യമൊന്നല്ലോ ജ്വലിക്കുന്നു.

പ്രേമമാർഗ്ഗം

പ്രേമമെന്നെപ്പുണർന്നു
സൗമ്യമായ്
വാരിയെടുത്തെന്നിലെയോരോ
അണുവിലും
സ്വയം നിറഞ്ഞെന്നിൽ
പൂർണ്ണപരിവർത്തനത്തിന്റെ
ശക്തിയായ് നിറഞ്ഞുനിന്നു.
പ്രേമമെന്നാകും ദിവ്യസ്പന്ദനമൊന്നല്ലയോ
എന്നിലെയെല്ലാമാകുമഭയം പ്രണയിനീ.
ദൈവമേ നിന്നെ ഞാൻ മുന്നിൽ
കാണുന്ന നേരം മുതൽ
എന്നിലെ എല്ലാമെല്ലാം
നീയെന്നതറിയുന്നു ഞാൻ.
ഒരുവേള നീ എന്നിലായെന്നങ്ങു വന്നീടവേ
കണ്ണാടിയിലെന്നപോലെ
കാണുന്നു ഞാനെൻമുഖം.
പ്രേമമേ നീ നിറഞ്ഞൊഴുകാൻ തുടങ്ങിയാൽ
മറച്ചുവെക്കാനായിട്ടെന്തുള്ളൂ പാരിടത്തിൽ
ഹൃദയം നിറഞ്ഞുവഴിഞ്ഞൊഴുകാൻ തുടങ്ങവേ
കാഴ്ചതന്നുത്സവം പാരിതിലെങ്ങും ശുഭം
പുസ്തകത്താളുകൾപോലെ പ്രകൃതിപോലെ ചിരം
സർവ്വം സർവർക്കുമായിട്ടത്രേ തുറന്നുവെച്ചിരിക്കുന്നു.
ലോകവും ജീവജാലങ്ങളും
നീയുമീഞാനും, സർവ്വം
നിറവിന്റെയുഗ്രമാം
ഈശ്വരചരായയായ്വരും
രണ്ടെന്നു തോന്നീടുന്ന സർവതും
ഒന്നാണത്രേ, രണ്ടില്ല
ഒന്നിൽത്തന്നെ നില്ക്കുന്നു ജഗത്തെപ്പോഴും

അന്തരാത്മാവ്

എന്റെയീയാത്രയിൽ നിന്നെ
കണ്ടതെന്നന്തരാത്മാവിൽ
ഉള്ളിലായെങ്ങും നിറഞ്ഞൊഴുകീ
സൗഹൃദം, സുഖം
തീവ്രമാം ദുഃഖങ്ങൾ, വേദന
സർവവും നിന്റെയാ
സ്നേഹസമ്പർക്കത്താലൊടുങ്ങിയോ
നിന്നെക്കുറിച്ചുമാത്രം
നിനച്ചിങ്ങിരിക്കവേ
നീതന്നെയെങ്ങുമെങ്ങും
ഏകനാം ഞാനെങ്കിലും
നിന്റെയാ മന്ദസ്മിതം
കണ്ണുകൾ കൊതിക്കുന്നു
ചുറ്റിലും തിരയുകയാണല്ലേ
വീണ്ടുമൊന്നാസ്വദിക്കുവാൻ
മുന്നിലായ് കാണുന്നുണ്ട്
കനിവിന്റെ മഹാസാഗരം
ഓരോരോ നിമേഷവും
ഞാനതിൽ രമിക്കുന്നു.
ശരീരസുഖത്തിന്റെ
വ്യർത്ഥതയോർത്തീടവേ
ഉള്ളിലായുണരുന്നുണ്ട്
പാവനസ്നേഹാമൃതം
വരിക പ്രിയേ, എന്നെ
ചേർത്തൊന്നു പുണർന്നാലും
നിന്റെയാ സ്നേഹസാമീപ്യം
അത്രമേൽ ശാന്തിദായകം.

എന്നിൽ നീ ചൊരിയുന്ന
വാക്കുകൾ നൽകുമാശ്വാസം
നിസ്തുലം, നീ പകർന്നീടും
സ്നേഹവും ആനന്ദവും

ശിവനും ശക്തിയും

ശങ്കരാ നിന്നിലെ ശൈവചൈതന്യവും
അംബിക തന്നിലെ ശക്തിചൈതന്യവും
രണ്ടുമൊന്നായ് ലയിച്ചവനിയിലെങ്ങുമേ
ശാശ്വതസ്നേഹം നിറഞ്ഞൊഴുകുന്നിതാ
പരമേശ്വരാ നിന്റെ തിരുകിരീടത്തിലായ്
മരതകകാന്തി തൂകീടുന്നു പാർവതി
പാപവിനാശിനിയായൊഴുകീടുന്ന
പരമപവിത്രയാം ഗംഗാമനോഹരീ
പാരിലെ സർവപാപങ്ങളും നീക്കുന്നു
മോക്ഷപ്രദായിനി ഗംഗമാതാവഹോ
ശാശ്വതജീവിതമോക്ഷപ്രദായിനി.
മാതാഗംഗാനദികൈവല്യദായിനി
ശങ്കരലിംഗമീ ലോകത്തിനെപ്പോഴും
പ്രജ്ഞതൻ ചിഹ്നമായ് ചൈതന്യമേകുന്നു
സത്യവും ശ്രേഷ്ഠഗുണങ്ങളുമൈക്യവും
ശങ്കരലിംഗത്തിലേറ്റം പ്രതിഷ്ഠിതം
കൈയിൽ ത്രിശൂലവുമേന്തി നിൽക്കും ശിവൻ
ശക്തിസ്വരൂപനാം സർവലോകപ്രദൻ.
മൂന്നുലോകങ്ങളും കൈയിലൊതുക്കുന്നു
കൈയിൽ ത്രിശൂലവുമേന്തിനിൽക്കും ശിവൻ.

മധുരിമ

ഇഷ്ടരെക്കണ്ടുമുട്ടുമ്പോൾ
ഹൃദയം കനിയുകയായി
ഇഷ്ടവാക്കുകൾ മിണ്ടുമ്പോൾ
മനസ്സു തുറക്കുകയായി
ഒത്തുചേർന്നിരിക്കുമ്പോഴോ
ഹൃദയങ്ങൾ തുറക്കുന്നു.
ഹൃദയങ്ങൾ കൈമാറുമ്പോൾ
നൊമ്പരങ്ങളലിയുന്നു
കനിവുനിറയുന്നു
ഹൃദയം നിറഞ്ഞൊഴുകുന്നു.
തുറന്നമനസ്സാലേ നാം
ജീവിതത്തെ നോക്കണം
ദിനങ്ങളോരോന്നും നാം
പ്രസരിപ്പോടെ കഴിക്കണം
അന്യരോടൊത്തുചേർന്നെന്നും
ഒരുമയോടെ വസിക്കണം
പരസ്പരമടുക്കേണം
ഐക്യപ്പെട്ടുകഴിയണം
ജീവിതലക്ഷ്യം തന്നെ
ഐക്യമാണു ധരിക്കണം
മറ്റുള്ളോർ കനിവുകാട്ടുമ്പോൾ
സ്നേഹത്താൽ കീഴടങ്ങണം
മധുരം നുണയുന്നു നാം
ഹൃദയം തുറക്കുന്നു നാം.
പ്രിയമുള്ളോർ ചേർന്നുനിൽക്കുമ്പോൾ
തുറന്നേറ്റം സംവദിക്കുമ്പോൾ
മനസ്സിൽ കരുത്തേറുന്നു

ശുഭപ്രതീക്ഷയുമേറുന്നു
സംവാദത്തിൻ കരുത്താലേ
മാറുന്നന്യചിന്തകൾ
ഹൃദയമാം കരുത്താർജിക്കും
സ്നേഹഹർഷാദിപൂരിതം
ദയയുള്ളിൽ വളർത്തേണം
ദ്വേഷഭാവം വെടിയണം
പരിശുദ്ധഹൃദയത്തിൻ
മാർഗം തൊട്ടറിയണം.
സ്നേഹമുള്ളോർ വച്ചുനീട്ടുന്നു
പ്രേമത്തിൻ മധുരാമൃതം
നന്മയുള്ള ഹൃദയത്തിൽ
നിറഞ്ഞൊഴുകുന്ന മധുരിമ.

സുഗന്ധം

പൂക്കൾക്കരികിലേക്ക് ചെല്ലൂ
പരിമളമേകിയും
നറുദളമേകിയും
ഉന്മേഷനിമിഷങ്ങളേകി
അവ നിങ്ങളെ വരവേൽക്കും
അതുപോലെ, അവനവനിലേക്കിറങ്ങണം
ആഴത്തിലിറങ്ങിനോക്കിയാൽ
ആത്മാനന്ദവും ശാന്തിയും
കനിവുമെന്നല്ല
സർവചരാചരപ്രേമവും
സ്വയമുള്ളിൽ കണ്ടെടുത്തിടാം
ഇന്ദ്രിയങ്ങൾക്കതീതരായീടിൽ
നേടിടാം ശ്രേഷ്ഠഗുണങ്ങളെന്നും
ബാഹ്യാഭ്യന്തരഭേദങ്ങളില്ലാതെ
എങ്ങും സദ്ഗുണം കണ്ടെടുക്കാം
സൃഷ്ടിതന്നത്യൽഭുതമെന്തു ചൊല്ലുവാൻ
എങ്ങും നിറഞ്ഞിരിക്കുന്നതു നിർവൃതി
എത്രമേൽ പുഷ്പങ്ങളുണ്ടിങ്ങുവാടിയിൽ
അത്രമേൽ സൗരഭം വാരിച്ചൊരികയായ്
ഒരുമാത്ര കണ്ണടച്ചീടുകിൽ നമ്മളും
സൗരഭസ്വർഗാനുഭൂതിയിലാഴ്ന്നിടും
ഒരുവേള പ്രകൃതിയോടൈക്യമായ്ത്തീരുകിൽ
ഭാരിച്ച ചിന്തകൾ താനേ മറന്നിടും
ഉള്ളിലെയാനന്ദധാരയിൽ മുങ്ങുന്നു
ചുറ്റുമാസൗരഭപ്പൂങ്കാറ്റു വീശുന്നു.
ഹർഷപ്രകാശം പരക്കുന്നു ചുറ്റിലും
ലോകത്തിനേറ്റ ക്ഷതങ്ങൾ മാറീടുന്നു
ദുഃഖങ്ങൾ നീങ്ങുന്നു ലോകം പ്രകാശിക്കുന്നു.

പാലം

മനസ്സുകൾ ഭിന്നിച്ചേറ്റം
സംഘർഷമുടലെടുക്കവേ
ഇരുഭാഗങ്ങൾ വാദിക്കും
ഞാൻമാത്രമുള്ളൂ, ശരി.
അന്യർതൻ തെറ്റുകാണുന്നോർ
സ്വന്തം തെറ്റുകൾ കാണുമോ
അന്യരെ തിരുത്താൻ നിൽക്കാതെ
എന്നുതാനേ തിരുത്തും സ്വയം?
ഇടുങ്ങും ചിന്തകൾ മനുഷ്യരെ
നയിക്കുന്നൂ കെട്ടപാതയിൽ
ഹൃദയവിശാലതയുള്ളോരോ
ദീർഘപാതയിൽ മുന്നേറും
അറിവാർജ്ജിച്ചു മുന്നേറാം
ബുദ്ധചിത്തരായ് തീർന്നിടാം
ശുദ്ധചിന്തകളുണർന്നീടിൽ
തിന്മകൾ വിട്ടുപോയിടും
കണ്ണടച്ചീടിലെമ്പാടുമിരുട്ടിൽ
ലോകമന്ധമാം
ഇരുട്ടിനെയകറ്റാൻ നില്ക്കാതെ
പഴിച്ചീടാമോ ദിനേശനെ
ഒറ്റയ്ക്കിരുന്നു തപിക്കുന്നോർ
ക്കെത്രയ്ക്കാശ്വാസമാണു സൗഹൃദം
കൂട്ടുകാർ പിരിയുന്നേരം
വീണ്ടുമാലസ്യം, നിരാശയും
സർവ്വദുഃഖവും നാം നമ്മിൽ
തീർത്തിടുന്നതാണറിയുമോ
സർവം ഭാവനസൃഷ്ടം താൻ
തുണയെനിക്കാരുമില്ലഹോ.

ആത്മബന്ധുവോ ഗുരുനാഥനോ
കൂട്ടിനായ് വന്നുവെങ്കിലീ
വ്യർത്ഥചിന്തകൾ നീങ്ങിടും
ചിത്തസംശുദ്ധി കൈവരും
നല്ല സൗഹൃദമാണല്ലോ
സർവർക്കും ശക്തിചൈതന്യം
ധൈര്യവും കരുത്തും നേടേണം
നേരെ മുന്നോട്ടു നീങ്ങണം!
സുഖദുഃഖങ്ങളെപ്പോഴും
ശീതതാപങ്ങൾ പോലെയാം
ഒന്നുമറ്റൊന്നിനാൽമാത്രം
ഉള്ളതെന്നപോൽ കാണുന്നു.

ശാന്തി

മേലുമുള്ളും നോവുന്ന
ചീർത്ത സംഘങ്ങളേറവേ
ആധിപൂണ്ടാത്മശാന്തിക്കായ്
കേഴുന്നൂ സർവരും ചിരം
അനർത്ഥചിന്തകൾ മാത്രം
കൂട്ടിന്നു ചിത്രമെത്രയും!
ശാന്തിയോ ഉള്ളിലല്ലാതെ
മറ്റെങ്ങു കണ്ടുകിട്ടുവാൻ?
ചുറ്റുമേ കണ്ണുപായിക്കിൽ
പഞ്ഞമില്ലെത്ര കാഴ്ചകൾ
കണ്ണടച്ചുള്ളിലേക്കെന്നാൽ
അന്നുതീരും സമസ്യകൾ
ഭയം നയിക്കുന്നതാരെയും
തെറ്റിലേക്കെന്നു നിർണ്ണയം
ഭൂലോകകാഴ്ചയിൽപെട്ടാൽ
ഭയം താനേ ജനിച്ചിടും
കാലമോ എത്ര വേഗത്തിൽ
നീങ്ങിടുന്നു നാമറിയണം
വാർധക്യനാളിലേക്കായി
നീട്ടിവെക്കാതിരിക്കണം
സത്യമറിയാൻ നിൽക്കാതെ
കാലം കളഞ്ഞുകുളിക്കുകിൽ
ഓർമകൾ മാത്രമായ് തീരും
ശിഷ്ടജീവിതം നിർണ്ണയം.
വ്യർത്ഥചിന്തകൾ നീക്കീടിൽ
ഉള്ളമാനന്ദ നിർഭരം
ശാശ്വതപ്രേമവും ശാന്തി
സ്ഥൈര്യവും ഉള്ളിൽ നാമ്പിടും

ശരിതന്നൊറ്റമാർഗത്തിൽ
മുന്നേറുന്ന സജ്ജനം
സ്വതന്ത്രചിന്തയാൽ നേടും
ആനന്ദജന്മസാഫല്യം
ആരുള്ളു ചൂട്ടുകത്തിക്കാൻ
നിങ്ങൾ പോറ്റുന്ന നേരിനെ
ദൈവമല്ലാതെയാരുള്ളൂ
ഉള്ളിലെ നേരുകാട്ടുവാൻ
ഉള്ളിലെ സത്യമാണെന്നും
എന്റെ കൂട്ടെന്നുറയ്ക്കുക
ഉള്ളിലെ ശാന്തിയാലെങ്ങും
ഹർഷദീപ്തി നിറയ്ക്കുക

നീതിമാർഗം

അവിദ്യയാൽ മൂടിനിൽക്കുന്നു
അന്തർജ്ഞാനത്തിന്നപാരത
അറിവുനേടീടിൽ സർവർക്കും
ജയിച്ചീടാമവിദ്യയെ
അജ്ഞാനതിമിരംമൂലം
ശരികാണാതെ സജ്ജനം
കഷ്ടനഷ്ടങ്ങൾ കൈക്കൊണ്ടു
ശിഷ്ടജീവിതം നീക്കവേ
ഒരുവേള ജ്ഞാനം നേടി
ശരികണ്ടുണർന്നീടുകിൽ
തിരികെയെത്തുന്നു മാലോകർ
ശീഘ്രമീ സത്യപാതയിൽ.
ആത്മശക്തിയും വിശ്വാസം
ധീരതയ്ക്കൊത്ത ശക്തിയും
നേടുകിൽ ദൈവമാർഗ്ഗത്തിൻ
ദീർഘപാതയിൽ നീങ്ങിടാം
ചിന്തയല്ലോ നയിക്കുന്നു
സർവരേയും ലോകപാതയിൽ
ചിന്തയോടൊത്തു താനല്ലോ
കരുത്തും ആത്മശക്തിയും.
ശുഭാപ്തിവിശ്വാസമാർജ്ജിക്കിൽ
ആത്മവിശ്വാസം നേടിടാം
ശാന്തിയും ഹർഷവും നേടി
മുഗ്ധചിത്തരായ് തീർന്നിടാം
സക്തികൂടാതെ ജീവിക്കാൻ
ചിത്തശുദ്ധരായ് മാറിടാം
മുക്തിമാർഗത്തിൽ മുന്നേറാൻ
ചിത്തസംശുദ്ധി കാത്തിടാം

ചിന്തയാണു മനുഷ്യന്റെ
ജീവിതം നിർണയിച്ചിടും
ജ്ഞാനിയജ്ഞാനിയെന്നുള്ള
ഭേദവും ചിന്തകാരണം
നല്ല ചിന്ത നിറച്ചീടിൽ
നല്ല കർമ്മങ്ങൾ ചെയ്തിടും
നല്ല കർമ്മം നയിച്ചീടിൽ
ജീവിതം ധന്യമായ് വരും

ഉണർവ്

പ്രജ്ഞയറ്റവരാണവരെപ്പോഴും
ഉള്ളുണർത്താതെയുണ്ടുറങ്ങീടുന്നു
ലോകഭോഗങ്ങളാലവരെപ്പോഴും
ബോധഹീനരായ് കാലം കഴിക്കുന്നു
ഇവിടെ എങ്ങനെ എന്തെന്നറിയാതെ
വെറുതെ കാലം കഴിക്കയോ സർവ്വരും
വെറുതെ പോകുന്നയോരോ നിമിഷവും
വിലപിടിപ്പതാണെന്നറിഞ്ഞീടണം
പഴയകർമ്മങ്ങൾ തന്റെ ഫലങ്ങളാ
ണിവിടെ നിങ്ങളെയെത്തിച്ചതോർക്കണം
ഇവിടെയാർക്കും സ്വതന്ത്രമായ് ചിന്തയും
കർമ്മപദ്ധതി സർവവും സാധ്യമാം
അറിക, എങ്കിലും നിങ്ങൾ ശ്രമിക്കണം
അന്തരാത്മാവു തൊട്ടുണർത്തീടുവാൻ
അറിവു സർവർക്കുമുള്ളിൽ സുഷുപ്തിയി-
ലെവിടെയോ മുങ്ങി നില്പുണ്ടറിയണം
സമയമൊട്ടുമേയില്ല പാഴാക്കുവാൻ
ത്വരിതവേഗത്തിലാത്മനെക്കാണണം
ഈശനാണുള്ളിലെന്നറിഞ്ഞിടണം
ആത്മബോധമുണർത്തിജീവിക്കണം.

കുട്ടിക്കാലം

അമ്മ നമ്മെ നൊന്തുപെറ്റു
മുലയൂട്ടി വളർത്തിയപ്പോൾ
അമ്മയാണ് നമുക്കേകീ
ജീവിതപ്പാൽപ്പായസം
കൈവളർന്നോ കാൽവളർന്നോ
എന്നു നോക്കിയിരുന്നവൾ
അമ്മതാനേകീ നമ്മൾക്കീ
ജീവിതക്കൈപ്പുസ്തകം
എന്തു നൽകാനെന്റെ കുഞ്ഞിനു
പുഷ്ടിയോടെ വളർന്നീടുവാൻ
അമ്മതൻ കൈപ്പുണ്യത്തിൻ
എത്രയെത്ര പരീക്ഷണം.
നമ്മളോ തിന്നുകില്ലെന്നാൽ
അമ്മ കണ്ണീർപൊഴിച്ചിടും
ബാക്കിനിൽക്കും ഭക്ഷണം നോക്കി
അമ്മ കണ്ണീരു തൂകിടും
കണ്ണൊന്നു തെറ്റിയാൽ കുഞ്ഞൻ
മണ്ണുവാരിക്കളിക്കുമോ?
നല്ലവസ്ത്രം ധരിപ്പിച്ചമ്മ
കൂട്ടുകൂടിയിരുന്നീടും
അമ്മയാണു വഴികാട്ടുന്നു
നല്ലവണ്ണം നടക്കണം
തെറ്റുകുറ്റങ്ങളില്ലാതെ
നല്ലതായി വളരണം
കണ്ണൊന്നു തെറ്റിയാൽ നമ്മൾ
കൂട്ടുകൂടി കളിക്കയായ്
ഓടിച്ചാടി മരംകേറി
തീകത്തിച്ചു കളിക്കയായ്

നമ്മളെന്നും അമ്മയ്ക്കേകീ
ദുഃഖവും പരിഭവങ്ങളും
ബാല്യകാലവിശേഷങ്ങൾ
എന്തുനല്ലയോർമ്മകൾ
നമ്മളൊന്നു കരഞ്ഞെന്നാൽ
അമ്മയോടിയടുത്തെത്തും
സ്നേഹത്തിൻ കൈവിരൽസ്പർശം
ദുഃഖമെല്ലാമകറ്റിടും.
അമ്മേ നീയാണു ലോകത്തിൽ
ഉജ്ജ്വലസ്നേഹഗോപുരം
കാലുതൊട്ടു നമിക്കുന്നൂ
നന്ദിയോടെ മക്കളേവരും.

ജീവിതത്തിരകൾ

കടലിലെ തിരകൾ പോലെയാണ്
ജീവിതത്തിന്റെ കളികൾ
തിരകൾ തള്ളിനീക്കുന്ന
നുരകൾ പോലെ
ഉയർന്നും താണും
ചിന്തകൾ കടലോടു ചേരും
ജീവിതം നാടകമാണ്
നമ്മൾ അഭിനയിക്കുന്നു
ഓരോ ദിവസവും
പുതിയ പുതിയ ഭാവങ്ങൾ
ഓരോ നിമിഷവും
ഉയരുന്നുണ്ട്, അഹങ്കാരചിന്തകൾ
ഈ തോന്നലുകൾക്കപ്പുറം
യാഥാർത്ഥ്യമില്ല.
കാണുന്നതെല്ലാം മാറുന്നവയാണ്
മാറ്റങ്ങളല്ലാതെ മറ്റെന്തുകാണാൻ!
ഈ ലോകം ആശ്ചര്യങ്ങളുടേതാണ്
അമ്മേ, നീ കാട്ടുന്ന കാഴ്ചകളും
എത്രയെത്ര മഹാത്ഭുതം!
അമൂല്യമായ നിമിഷങ്ങൾ
കൊഴിഞ്ഞുവീഴുകയാണ്
നമുക്കു മറക്കാതിരിക്കാം
കാഴ്ചകൾക്കപ്പുറത്തുള്ള
സ്വാതന്ത്ര്യമാണ് ജീവിതം.
മനസ്സാടിയുലയുമ്പോഴും
ഉള്ളിലെയാഴങ്ങളിൽ
ശാന്തമായടങ്ങിയിരിപ്പുണ്ട്.
സത്യം, ഇളകാത്ത സത്യം

ഏകാന്തധ്യാനങ്ങളിൽ
എല്ലാമുള്ളിലെന്നറിയാം
എല്ലാം വിരൽത്തുമ്പിലൊതുക്കി
ഉള്ളിലടക്കിയിരിപ്പാണ്
കണ്ണടച്ചാൽ തുടരെക്കേൾക്കാം
അകലെയകലെയുയരുന്ന
ജീവന്റെ തുടികൊട്ടൽ
ആഴങ്ങളിൽ
അഖണ്ഡമായ
പരമാനന്ദലഹരി

പരാതികൾ

നിങ്ങൾ ചെയ്യുന്ന കർമ്മങ്ങൾ
എന്തുമാകട്ടെ, ഇന്നതിൽ
നല്ലതും ചീത്തയും, രണ്ടും
കാണാമെന്നുവരും ചിലർ.
അകവും പുറവും നോക്കീ
ട്ടൊന്നും മിണ്ടാതിരിക്കയാം
അന്തരാത്മാവു മന്ത്രിപ്പൂ
ഇച്ഛാശക്തിയുണർത്തിടാൻ
കർമ്മമല്ലോ ജ്വലിക്കുന്നു
ഹൃത്തടത്തിലനർഗളം
ചിത്തമെന്നും കൊതിപ്പാണു
സത്യത്തിൽ കൂട്ടുകൂടുവാൻ
തിന്മയോടെങ്ങാനുമൈക്യപ്പെട്ടുവെങ്കിലോ
ദീനാനുകമ്പയൊന്നും പിന്നെയില്ലശേഷവും
കുറ്റംപറച്ചിലാരാലും നേടാറില്ലയൊന്നുമേ
സത്യം തെളിയുന്നേരം കാപട്യം മറനീങ്ങിടും
നേരുതൊട്ടറിയാതല്ലോ ചത്തൊടുങ്ങുന്നൂചിലർ
തെറ്റിദ്ധാരണയിൽമാത്രം ജീവിച്ചുമരിച്ചവർ.
പങ്കുവെപ്പാണു ജീവിതം, ശാന്തിയാണതിൽമുഖ്യം
മറ്റുള്ളതെല്ലാം മുന്നിൽ വന്നുനിന്നില്ലാതാകും
കർത്താവും ഭോക്താവും നീ തന്നെ ധരിക്കണം
ത്യാഗത്തിലധിഷ്ഠിതം ജീവിതമെന്നാവണം
ഞാനെന്ന ഭാവത്താലേ ലോകത്തെ ധരിക്കുന്നൂ
ഞാനെന്ന ഭാവം നീക്കി ലോകത്തെ ഗ്രഹിക്കണം
നിസ്വാർത്ഥഭാവത്തോടെ ലോകത്തെ നോക്കുന്നവർ
പരിഭവമില്ലാതല്ലോ ജീവിതം നയിക്കുന്നു.

ഹൃദയവികാരം

കണ്ണുതുറന്നുഞാൻ
നോക്കുന്നനേരം മുന്നിൽ
നീയല്ലാതൊന്നുമില്ല
ഓർക്കുന്നു ഞാനെൻപ്രിയേ
സംഗീതസാന്ദ്രനിനാദമായി
നീയെന്നെ
അംബരത്തോളമുയർത്തുന്നു
മത്സഖീ
നിന്നോർമ്മകൾ
പൂജിച്ചുപൂട്ടിയ ഹൃത്തടം
താനേ തുറക്കുന്നിതാ
കെട്ടുകൾ പൊട്ടിച്ചെങ്ങും
കാറ്റുപോലൊഴുകീടാൻ
ആത്മാവു കൊതിക്കുന്നു
വാനിലേക്കുയർന്നീടാൻ
ചുറ്റിലായ് മറ്റൊന്നും ഞാൻ
കാണുന്നതില്ലെൻ പ്രിയേ
നീയാണു നീയേ മാത്രം
കാൺമതും കേൾക്കുന്നതും
ഒരുതുള്ളി വെള്ളത്തിലും
നീ തന്ന മധുരിമ
നീ തന്നെ ജീവശ്വാസം
നീ താനെൻ ഹൃദയേശ്വരീ
നീയെന്നെപ്പുൽകുന്നേര
മാണെന്നിലുണരുന്നൂ
വിദ്യുത്തരംഗത്തിന്നപാര
ജീവധാര
ശാന്തിയും, ആത്മധൈര്യം

കരുത്തും കൈക്കൊണ്ടുഞാൻ
ലോകത്തിലെങ്ങും
ശാന്തി പരത്തുവാൻ പുറപ്പെട്ടു
എനിക്കു പാടീടുവാൻ
ത്രാണിയില്ലവാച്യമാം
അനുഭൂതിയല്ലോ കാൺമൂ
നിന്റെയീ പ്രേമപാത്രത്തിൽ

പനിനീർപൂവ്

പ്രഭാതത്തിൽ പൂന്തോട്ടത്തിൽ
പരിലസിച്ചീടുന്നുണ്ട്
പനിനീർപ്പൂവിന്റെ ദിവ്യഗന്ധം
വശ്യമാം ചാരുത
അനുപമഗന്ധവും
കൺതൊട്ടുണർത്തും
ബഹുവർണ്ണങ്ങളും
സർവലോകങ്ങളും
മാലോകരൊക്കെയും
നിന്നിലേക്കെത്തുന്നു പൂവേ
എല്ലാ പൂക്കളിലും
ഒളിച്ചിരിപ്പുണ്ട്
നിഗൂഢതയുടെ
കാണാക്കയങ്ങൾ
പനിനീർപ്പൂക്കളിലാവട്ടെ
കടലോളം നിഗൂഢതയുണ്ട്.
മനസ്സിനെ മയക്കുന്ന
ഹൃദയത്തെ ത്രസിപ്പിക്കുന്ന
സ്വപ്നങ്ങളുണർത്തുന്ന ഗന്ധമുണ്ട്.
വെളിച്ചവും ഗന്ധവും
മാറ്റുരയ്ക്കുന്ന പൂന്തോപ്പിൽ
മാറ്റൊലിക്കൊള്ളുന്നുണ്ട്
ഒരുമയുടെ പൂവിളികൾ.
ഏറ്റുവാങ്ങുന്നവർ
അറിയുന്നുണ്ടാവില്ല
പൂവിന്റെ രഹസ്യങ്ങൾ
വണ്ടും പാറ്റകളും
മനുഷ്യരും തേനുണ്ടു മടങ്ങുന്നുണ്ട്.

പൂക്കൾ
ഇതളുകളറ്റ് മണ്ണിൽവീണ്
മണ്ണിൽ ചേർന്നലിയുന്നുണ്ട്.
നിറമോ നറുഗന്ധമോ കാട്ടി
ഞാനെന്നഹമ്മതി പൂണ്ടുനില്ക്കാതെ
പൂവ് മണ്ണോടു ചേരുന്നുണ്ട്.
ഇത് മാത്രമാണ് സത്യം
പനിനീർപ്പൂവിന്റെ സുഗന്ധവും
പനിനീർപ്പൂവിന്റെ സൗന്ദര്യവും
അതിന്റെ നന്മയുടെ നേർപ്പതിപ്പാകുന്നു.

കാറ്റ്

ചില നേരത്തു കാറ്റു നമ്മെ
പേടിപ്പിച്ചു കടന്നുപോം
ധൃതിയോടെ മുരണ്ടെമ്പാടും
ഭയം തീണ്ടിക്കടന്നുപോം
കാറ്റിന്റെ തേരോട്ടത്തിൽ
തലകുമ്പിട്ടു നിന്നിടും
മാമരങ്ങളെന്നു വേണ്ടാ
സർവവും കാറ്റെടുത്തിടും
കാറ്റിൻ ചിറകേറിയെത്തുന്നു
നറുമണം നല്ലചിന്തപോൽ
എങ്ങും വിത്തുകൾ പാകുന്നു
നാളേകൾ ഹരിതമാക്കുവാൻ
മാറ്റത്തിൻ വിത്തിറക്കുന്നു.
പുതുസൗന്ദര്യമേകുവാൻ
കണ്ണും കാതും കുളിർചൂടും
പുതുലോകത്തെ വരവേൽക്കുവാൻ

കാറ്റിൻചിറകേറിയെത്തുന്നു
പുതുലോക പ്രതീക്ഷകൾ
കാറ്റുതൊട്ടുണർത്തീടുന്നു
പുതുജീവിതശൈലികൾ
കാറ്റിൻരൂപത്തിനൊത്തല്ലോ
പ്രകൃതി സൃഷ്ടിച്ചു സർവതും
വടവൃക്ഷത്തെപിഴുതീടും
കാറ്റിൽ ചെറുചെടി വീഴുമോ

സ്വാതന്ത്ര്യം

എന്റെ കൈകൾ
കൊടിയ ബന്ധനത്തിലാണ്
പാദങ്ങൾ
ചെളിയിലാണ്ടിരിക്കുന്നു
സ്വതന്ത്രനാകാനുള്ള
ഓരോ ശ്രമവും
എന്റെ കുരുക്കുമുറുക്കുന്നു.

ചാഞ്ഞ കൊമ്പിനായി
കണ്ണുകൾ തിരയുന്നു
രക്ഷപ്പെടണം
ഈ ദുഃസ്വപ്നത്തിൽ നിന്നും
ഉണർത്താൻ ആരുമില്ലെന്നോ?
ഞാൻ കരഞ്ഞുവിളിച്ചിട്ടും
എന്റെ ശബ്ദമല്ലാതെ
മറ്റൊന്നും കേൾക്കാനില്ല

എനിക്കു മുക്തനാവണം
എല്ലാ ബന്ധനങ്ങളിൽനിന്നും
സ്വതന്ത്രനാവണം
വിയർപ്പുതുള്ളികളിറ്റുവീണ്
എന്റെ കണ്ണുകൾ കലങ്ങിയിരിക്കുന്നു
ഞാൻ ഉറക്കെ കരയുകയാണ്.

കരച്ചിലിനൊടുവിൽ
ഞാൻ കേട്ട ശബ്ദം
എന്നിൽ നിന്നുതന്നെയാണ്
“നീ തേടുന്നതാരെയാണ്?
എന്നെയല്ലേ
ഞാനിവിടെയുണ്ട്
നിന്റെയുള്ളിൽ.”

ശാന്തിയും സ്വാതന്ത്ര്യവും
അന്തർലീനമാണ്
അന്വേഷണം ഉള്ളിലേക്കാവണം
ദൈവമുമായിണങ്ങാതെ
എങ്ങിനെ സത്യമറിയും
എന്റെ ചിന്തകൾ നിലച്ചിരിക്കുന്നു
ശ്രമങ്ങൾ നിലച്ചിരിക്കുന്നു
രക്ഷപ്പെടാനുള്ള ശ്രമങ്ങളും
നിലച്ചിരിക്കുന്നു

ഞാനറിയുന്നു
സ്വാതന്ത്ര്യം നേടിയെടുക്കാനുള്ളതല്ല
അത് ദൈവത്തിനു വിടുക
ദൈവത്തിന്റെ ഉപകരണമാവുക
ഈ ബോധം എന്നെ മുക്തനാക്കുന്നു.

പൂർണ്ണസമർപ്പണത്താൽ
ഞാനനുഭവിക്കുന്നു
അവാച്യമായ പ്രസന്നത.
ഞാനും ലോകവും ഭിന്നമല്ല
ഒന്നാണെന്ന അറിവ്
കെട്ടുകളറുക്കുന്നു
ആനന്ദത്തിലേക്ക് സ്വതന്ത്രനാക്കുന്നു

പുതുപ്രഭാതം പോലെ
ആനന്ദത്തിന്റെ സാമ്രാജ്യത്തിലേക്ക്
ഞാനുണരുന്നു.
ഒറ്റ ജന്മം
ഒത്തുനിന്നാൽ എല്ലാമൊന്ന്
ഭിന്നതകളാണ് കെണികൾ തീർക്കുന്നത്
ഒന്നാണെന്ന ബോധം തന്നെയാണ്
സ്വാതന്ത്ര്യം.

നല്ലതു കാണുക

ഭൗതികനേത്രങ്ങളാലെ
നാം കാണുന്നു
നന്മയും തിന്മയും
രണ്ടും ബഹുവിധം
ചിത്തമെന്നും കൊതിക്കുന്നൂ
സത്യത്തിൻ കൂട്ടുകൂടുവാൻ
ചുറ്റും തികഞ്ഞുനോക്കണം
നല്ലതു വേർതിരിക്കണം.
നന്മമാത്രം കൈക്കൊള്ളണം
തിന്മയെ നാം ത്യജിക്കണം
കാണുവാൻ വൈവിധ്യങ്ങൾ
ഏറെയുണ്ടെന്നിരിക്കിലും
ഹൃദയത്തിലേറ്റീടുവാൻ
നല്ലതു നാമമാത്രമാകാം.
വസ്തുവെന്നാകിലും
വ്യക്തിയെന്നാകിലും
നന്മമാത്രം നാം ഗ്രഹിക്കണം
നിധിയെന്നപോലെ നാം ഹൃത്തിൽ
സൂക്ഷിച്ചീടുന്നതൊക്കെയും
ഹൃദയത്തോടൊത്തുചേരുന്ന
സത്യവസ്തുക്കളാവണം
ഹൃദയമെത്ര വഹിക്കുന്നു
നന്മയെന്ന കണക്കിതിൽ
ലോകത്തിൽ കണ്ടിടും നമ്മൾ
നന്മനിറഞ്ഞ കാഴ്ചകൾ
തിന്മയെ ഹൃത്തു കൈക്കൊണ്ടാൽ
ലോകം തിന്മയെത്തന്നെ കാട്ടിടും
നന്മയാലേ നിറയ്ക്കണം നമ്മൾ

നന്മയാവണം ചുറ്റിലും
തെറ്റുകൾ ചെയ്തവർതന്നെ
സ്വയം തിരുത്തി വളർന്നിടും
മറ്റുള്ളോർ തിരുത്തുന്നാകിൽ
ഫലമില്ലെന്നതോർക്കണം
കണ്ണാൽ കാണുന്നതൊക്കെ
പ്രതിബിംബിക്കുന്ന കാഴ്ചകൾ
അന്തരാത്മാവു കാട്ടുന്നു
ലോകത്തെ കണ്ണിലീവിധം.
സംശുദ്ധ ഹൃദയത്തോടെ
ഈ ലോകത്തെ ഗ്രഹിക്കണം
സർവജീവജന്തുക്കൾക്കും
നന്മചെയ്തു വസിക്കനാം.

സ്നേഹാമൃതം

അവളവനു ജന്മമേകി
അവൾതന്നെ ജീവൻ നൽകി
ലോകത്തെ തൊട്ടുകാണിച്ചു
അഭയം നൽകിയവൾ സ്വയം
എന്നിട്ടുമവനാണത്രേ
ഈ ഭൂവിലവൾക്കാശ്രയം
അമ്മിഞ്ഞപ്പാലാകുന്ന
സ്നേഹാമൃതമൂട്ടിയും
നാനാവിധ ഭോജനങ്ങൾ
ചോദിക്കാതെ നൽകിയും
വളർത്തിവലുതാക്കുമ്പോൾ
ആത്മനിർവൃതി പൂണ്ടവൾ.
കുഞ്ഞുപുഞ്ചിരികാണുമ്പോൾ
എല്ലാം മറന്നുനിന്നവൾ
പിഞ്ചുകുഞ്ഞിൻ മുഖംകണ്ടാൽ
എന്താഹ്ലാദമിതിൽപ്പരം.

കുഞ്ഞെങ്ങാനും കരഞ്ഞെന്നാൽ
ഓടിയെത്തുമതിദ്രുതം
അവൾക്കൊട്ടും സഹിക്കില്ല
പിഞ്ചുകുഞ്ഞിന്റെ രോദനം
സ്നേഹത്തിൽ കുളിപ്പിച്ചും
സ്നേഹത്താലന്നമൂട്ടിയും
പാട്ടുപാടിയുറക്കീടും
സ്നേഹത്തിൻ തൊട്ടിലാട്ടിയും

കൈവളർന്നോ കാൽവളർന്നോ
നോക്കിനോക്കിയിരുന്നവൾ
ആനന്ദാതിരേകത്താൽ

കുഞ്ഞിനെക്കണ്ടുനിന്നവൾ
എന്നുമെന്നും രക്ഷയേകി
കുഞ്ഞിന്നുകൂട്ടുനിന്നവൾ
കഷ്ടനഷ്ടങ്ങളോർക്കാതെ
കുഞ്ഞിനായി ജീവിച്ചവൾ
വിദ്യ നൽകി, വസ്ത്രം നൽകി
തുണ നൽകി കൂടെനിന്നവൾ
ആർക്കുമുന്നിലും തോൽക്കാതെ
നിൽക്കുവാൻ പഠിപ്പിച്ചവൾ
വളർന്നുവളർന്നവൻ മെല്ലെ
വിദ്വാനായി, ധനവാനുമായ്
അവൾക്കുള്ളാനന്ദം ഹോ!
വർണ്ണനാതീതമെത്രയും
ജീവിതത്തിൽ തനിക്കൊത്ത
പെണ്ണിനെ നീ വരിക്കണം
ഉത്തരം കേട്ടവൾ ഞെട്ടീ
അവനെന്നേ വിവാഹിതൻ!

അധികം വൈകിടാതെ
കാര്യബോധം വീണ്ടെടുത്തവൾ
അമ്മയ്ക്കുസ്ഥാനമില്ലെന്നും
ഞെട്ടലോടെയറിഞ്ഞവൾ

താനൊരു വേലക്കാരിയെന്നു
മാത്രം വന്നിടുമോ
വാക്കിന്നു വിലയില്ലാതെ
മൂകയായിട്ടൊതുങ്ങിയോൾ

വൈകാതെ വന്നുചേർന്നെത്തി
അഗതികേന്ദ്രത്തിലേക്കവൾ
വെന്തുനീറുന്നതുണ്ടല്ലോ
തീക്കനൽപോലെ തായ്മനം

നെഞ്ചുപൊട്ടിക്കരയുന്നു
എന്തെ,നിക്കീഗതിവന്നുപോയ്
ലോകത്തിലമ്മമാർക്കാർക്കും
ഈ വിധി വരാതിരിക്കണേ

ദൈവമല്ലാതെ മറ്റുണ്ടോ
നമുക്കീലോകത്തിലാശ്രയം
നെഞ്ചുരുകി പ്രാർത്ഥിച്ചമ്മ
എന്റെ മോനെ കാക്കേണമേ,.

www.ingramcontent.com/pod-product-compliance
Lightning Source LLC
LaVergne TN
LVHW060423051026
849518LV00007B/2686